ப்ளக் ப்ளக் ப்ளக்

ப்ளக் ப்ளக் ப்ளக்
ராணிதிலக் (பி. 1972)

இயற்பெயர் ரா. தாமோதரன். பிறந்தது வேலூர். தற்போது வசிப்பது கும்பகோணம். அரசுப் பள்ளித் தமிழாசிரியர், *பாலி* என்ற சிறுபத்திரிகையின் ஆசிரியர்.

பிற கவிதைத் தொகுப்புகள்: 'நாகதிசை' (2004), 'காகத்தின் சொற்கள்' (2006), 'விதி என்பது இலைதான்' (2009), 'நான் ஆத்மாநாம் பேசுகிறேன்' (2012), 'கராதே' (2016). நவீன கவிதைகள் குறித்த கட்டுரைத் தொகுப்பு 'சப்த ரேகை' (2011). இது இவரது ஆறாவது கவிதைத் தொகுப்பு.

தொடர்புக்கு: raanithilak@gmail.com

ராணிதிலக்

ப்ளக் ப்ளக் ப்ளக்

காலச்சுவடு பதிப்பகம்

அன்பார்ந்த வாசகருக்கு,

வணக்கம்.

காலச்சுவடு நூலை வாங்கியமைக்கு நன்றி.

நூலின் உள்ளடக்கம், உருவாக்கம், அட்டைப்படம் இன்ன பிற அம்சங்கள் பற்றிய உங்கள் கருத்துகளையும் ஆலோசனைகளையும் காலச்சுவடு வரவேற்கிறது. தகவல், எழுத்து, வாக்கியப் பிழைகள் தென்பட்டால் கட்டாயம் தெரிவித்து உதவுங்கள். நூல் தயாரிப்பில் கடும் குறைபாடு இருப்பின் மாற்றுப் பிரதி உங்களுக்குக் கிடைக்கக் காலச்சுவடு ஏற்பாடு செய்யும்.

மின்னஞ்சல்: publisher@kalachuvadu.com

காலச்சுவடு நாகர்கோவில் தலைமையகத்துக்கும் கடிதம் அனுப்பலாம்.

தங்கள்
எஸ்.ஆர். சுந்தரம் (கண்ணன்)
பதிப்பாளர் — நிர்வாக இயக்குநர்

ப்ளக் ப்ளக் ப்ளக்✦கவிதைகள்✦ஆசிரியர்: ராணிதிலக்✦© ரா. தாமோதரன்✦முதல் பதிப்பு: டிசம்பர் 2019✦வெளியீடு: காலச்சுவடு பப்ளிகேஷன்ஸ் (பி) லிட்., 669, கே.பி. சாலை, நாகர்கோவில் 629001

காலச்சுவடு பதிப்பக வெளியீடு: 920

pLak pLak pLak✦poems✦Author: Rani Thilak✦© R. Damodaran✦Language: Tamil✦First Edition: December 2019✦Size: Demy 1 x 8✦Paper: 18.6 kg maplitho✦Pages: 72

Published by Kalachuvadu Publications Pvt. Ltd., 669, K.P. Road, Nagercoil 629001, India✦Phone: 91-4652-278525✦e-mail: publications@kalachuvadu.com✦Printed at Compuprint Premier Design House, Chennai 600086

ISBN: 978-81-943027-5-9

12/2019/S.No. 920, kcp 2476, 18.6 (1) rss

குடமுருட்டி ஆற்றுக்கும்
காவிரி ஆற்றுக்கும்

பொருளடக்கம்

ஒரு தொட்டிச்செடி என்னை வரவேற்கவில்லை	13
சிறார் சிறைச்சாலை	14
ஆற்றுக்குப் போதல்	15
புங்க இலைகள் விழுகின்றன, வளர்கின்றன	16
கனவு	17
செத்தைகள்	18
மெலட்டூர் ஆற்றுப் பாலம்	19
தலையைத் துவட்டுதல்	20
ப்ளக் ப்ளக் ப்ளக்	21
வெள்ளை ரத்தம்	22
ஒரு உருவகம்	23
ராஜ க்ரீடம்	24
திருவிளக்கீடு	25
நரபலி	26
உத்ராயண வெயில்	27
பனங் குதக்கைகள்	28
கூழாங்கல்லைப் போற்றுவோம்	29
பெரிது	30
பின்னே	31
ஊர்சுற்றி	32

திரு ஓடு	33
இரண்டு பூர்வீகங்கள்	34
வேனல் மலர்கள்	35
வேனல் வரிகள்	36
வேனல் விரல்கள்	37
வேனல் துளிகள்	38
வேனல் புத்தகம்	39
செண்பகமாக ஆன கதை	40
கிராமத்தான்கள், நகரத்தான்கள்	41
சிறுவன் உதைத்த பந்து	42
முதல் சுள்ளி	43
தீ புத்தகம்	44
கண்பறித்தல்	45
ஒரு நாயும் ஒரு பக்கிரியும்	46
வெம்மைமேல் நடக்கிறேன்	47
நாற்காலிகள்	48
புறாக்கள்	49
கண்ணாடி டம்ளர், கண்ணாடி டம்ளர்	50
சுவடுகள்	51
மேகம், அவன்	52
கசக்கி எறிப்பட்ட குப்பை	53
சரளைக்கல்லின் சிரிப்பு	54
தனியன் மொழி	55
இந்தச் சாலையில், இந்தத் தெருவில்	56
எரியும் சுடர்	57
தாள் திறவா கதவம்	58
தோற்றப்பிழை	59
மாயச் சொல்	60

சிறய சின்னஞ் வீடு	61
சாளேஸரம்	62
ஆடிப்பெருக்கு	63
நற்றிணை 210	64
சாபம் எங்கே?	65
தளம் 7, மனை எண் 28	66
கடம்பர்கள்	67
கடலங்குடி சாலை	68
அணையா விளக்கு	69
ப்ளாஷ்பேக்	70
பரந்து விரிந்த குடை	72

ஒரு தொட்டிச்செடி என்னை வரவேற்கவில்லை

மிகச் சரியாக நான்கு முப்பதிற்கு வரச்சொன்னார்.
மிகச் சரியாக நான்கு இருபத்தைந்திற்கே சென்றுவிட்டேன்.
மாலையின் சாய்வான வெயில், அவர் வீட்டின்மீது
மறைந்துகொண்டிருந்தது.
ஆனால்,
அவர் இல்லை. மிகச் சரியாக நான்கு முப்பதுக்கு
வந்திருந்தால் அவர் வீடு திறந்திருக்கும். அண்டை, எதிர்
வீடுகள் திறந்திருக்கும். இதோ இந்த வாசலில்
உறைந்திருக்கும் தொட்டிச்செடியும் காற்றில்
அசைந்தபடி இருந்திருக்காது.
நான் வந்துபோனதை
அவரிடம் சொல்லச் சொல்லி வந்துவிட்டேன்,
தொட்டிச்செடியிடம்.
கேட்டை இழுத்துக் கொக்கிப்போட்டுவிட்டுத்
திரும்பிப் பார்க்கையில்
ஏனோ
அந்தத் தொட்டிச்செடியும்
என்னையும் அழைத்துப்போ
என்று
சொல்வதுபோல் அசைந்தது.

●

சிறார் சிறைச்சாலை

சிறார் சிறைச்சாலையைக் கடக்கும்போதெல்லாம்
சிறிய பயம் வந்துவிடுகிறது. சாக்பீஸ்கள்.
கடலை உருண்டைகள், சவ்வுமிட்டாய்கள். திருடி
னால் சிறையில் போடுவதாக மிரட்டிய
அப்பாவின் சட்டையிலிருந்து காலணா, அரை,
ஒரு அணாக்கள். நல்லவேளை, யாரும்
காவல்காரரிடம் சொல்லவில்லை. இப்போதும்
பயம் இருக்கிறது, கதவின் இரும்புக் கம்பிகள்
பிடிக்கும்போதெல்லாம் பயம் அதிகரிக்கிறது.
அதே கதவு, அதே கம்பிகள்.
இப்பொழுது வளர்ந்துவிட்டேன்,
கதவைவிடப் பெரிதாக.
களவும் அதிகமாக.
பெரிய சிறைச்சாலை
எங்கள் ஊரில் இல்லை என்றாலும்
சிறார் சிறைச்சாலையைப்
பார்க்கும்போதெல்லாம், நான் அதனுள்
இருந்து வெளியே
என்னையே பார்த்துக்கொண்டிருக்கிறேன்.

●

ஆற்றுக்குப் போதல்

காவேரி ஆற்றுக்கு அவ்வப்போது செல்வதில்லை
அவ்வப்போது செல்லும்போது
நீர் ஓடும்,
சிலவேளை மண் திரியும்.
ஒவ்வொரு முறையும்
இரவு சென்று திரும்புவேன் நான்.
அடுத்த
நாளில்
ஆற்றின்
நீர்
கண்களில் தெறிக்கும்.
மணல் மணலாய்த் திரியும்.

●

புங்க இலைகள் விழுகின்றன, வளர்கின்றன

கோடைக்காலத்திற்கு முன்பாக
புங்க மரத்தின் இலைகள் யாவும் உதிர்ந்துவிட்டன
வானம் கொஞ்சம் பரிசுத்தமாகத் தெரிகிறது தற்போது
அநேக பறவைகள் அமர்வதும்
அவற்றின் நகங்கள் தெள்ளத் தெளிவாகத் தெரிவதும்,
அவற்றின் கண்கள் மனிதர்கள் மேல்
நம்பகமின்மையால் விரிவதையும் கண்டுகொண்டேன்.
பின்பனிக் காலத்தில் எல்லாம் மாறிவிட்டன.
சிறிய மைனாக்களின் ஓசையைத் தவிர
அடர்ந்த இலைகளால் சூழப்பட்ட மரத்தில்
எதையும் கேட்கவோ, பார்க்கவோ முடிவதில்லை
மேலும்
நம்பிக்கையின் கண்கொண்டு
இந்த மைனாக்களுக்குக்
காத்துக்கொண்டிருக்கையில்
காதிற்குள் பரவும் மைனாவின்
ஒவ்வொரு ஓசையும்
மனத்திற்குள்
ஒவ்வொரு மைனாவாக
என்
அன்பின் கிளைகள்மேல் அமர்கின்றன.

●

ராணிதிலக்

கனவு

இன்று அதிகாலை ஒரு கனவு.
மேகங்கள் உருகி
மழைபெய்து
மலையைத் தழுவி
அருவியாகிப் பெருகி
ஆறாக ஓட
குடமுருட்டி ஆற்றின் கரையில்
நிற்கையில்
தண்ணீர் என் கால்களை நனைக்கிறது
விழித்தேன்
அன்று
முழுவதும்
யாவரும் விரும்பும்
தண் ணீர்த் துளி யானேன்.

●

செத்தைகள்

கொய்யாமரத்தின் இலைகள்
பனிக்காலத்தில் அதிகமாக விழுவதில்லை
இலைகள் பச்சைப்பிடித்துக்
கிளிகள் ஒளிந்து வளர்க்கும் காமமான
காலம் அது.
வெயிலில் உதிர்ந்த
செத்தைகளைக் கூட்டி எரியூட்டிக்
கொண்டிருக்கையில்
ஆகுதி
வளர்ந்து வளர்ந்து
மேலே
வளர
மரத்திலிருந்து உதிரும்
காமமற்ற
ஒரு பச்சை இலை
எரிந்து
கொண்டிருக்கும்
ஒரு பழுப்பு இலையை
கண்
ஆரத்
தழுவுகிறது

●

மெலட்டூர் ஆற்றுப் பாலம்

முன்னொரு காலத்தில் ஆற்றின்மேல் பாலம் இல்லை
பெரும்பரிசல் ஒன்று
இரு கரைகளுக்கும் இடையே வாழ்ந்துகொண்டிருந்தது.
இப்போது அப்படியில்லை. அகரமாங்குடிக்கும்
மெலட்டூர்க்குமான பாலம் வெட்டாறு மேல் நிற்கிறது.
இப்போது புதிய விரிசலை அது கண்டுவிட்டது.
நான் இதன்மேல் நின்றுகொண்டு
இந்த ஆற்றில் கால் நனைக்காமல் தரிசிக்கிறேன்
என்பது எவ்வளவு துர்பாக்கியம்.
இன்னுஞ்சில காலத்தில் பாலம் இடிந்துவிழும்.
அக்கரைக்கும் இக்கரைக்குமான பரிசல் ஒன்றைக்
கிழவன் ஒருவன் செலுத்துவான்.
அந்தப் பரிசலின் ஓரத்தில் அமர்ந்தபடி
ஈரமிக்க ஆற்றினைக் கைகளால் நனைப்பேன்.
எப்போதும் போல்
பாலத்தைக்
கடக்கும்போதெல்லாம்
ஆற்றை நோக்கிக் கைகள் தாமாக
திரும்புகின்றன.

●

தலையைத் துவட்டுதல்

காட்டு வழியாக
நான் திரும்பிக்கொண்டிருந்தேன்
மழை தூறத் தொடங்கிவிட்டது
தலையெல்லாம்
சின்ன மழைத்துளிகள் அமர்ந்தன
சற்றே
பெரிய ஆலமரத்து
அடியில் ஒதுங்கினேன்
அப்போதுதான்
தெரிந்தது
அந்த ஆலமரமும்
ஒரு பெரிய கருத்த மேகத்திற்கு
அடியில் ஒதுங்கி இருக்கிறது என்று
அப்போதுதான்
தெரிந்தது
என்
வலது கால் கட்டை விரலுக்கு
அடியில் சின்னஞ்சிறு
கட்டெறும்பு ஒன்றும் ஒதுங்கிற்று என்று
எறும்பைப்
பார்த்துக்கொண்டே
தலையைத் துவட்டிக்கொண்டிருக்கிறேன்
எறும்பின் தலையும்
நனைந்திருக்கும்போலும்
எறும்பே
எறும்பே
உன் தலையையும் துவட்டவா
என்று
குனிந்து
கேட்பது
எவ்வளவு அபத்தம்
எவ்வளவு சந்தோஷம்.

●

ப்ளக் ப்ளக் ப்ளக்

இன்றைய
அதிகாலை
மிகச் சரியான நேரத்தில் பிறக்கவில்லை.
சாலை எங்கும் போக்குவரத்து நெரிசல். வாசல்
படியில் கூர்க்கா மேலும்கீழுமாகப்
பார்த்தான். மேலும்கீழுமாகச் செல்லும் இயந்திரத்தில்
தலைகீழாகப் பயணித்தேன், என் அறைக் கணினியில்
                              நோய்க்கிருமிகள்
தாக்கம் அதிகம். தலைமை அதிகாரி கூப்பிட்டு
                      நாகரிகமாகத்
திட்டினார்(ன்). நான் என்ன செய்ய?
இன்றைய அதிகாலைச் சூரியன் சரியான நேரத்தில்
                           பிறக்கவில்லை.
மதிய உணவுப் பொட்டலம் கெட்டுவிட்டது.
                          மாலைத் தேநீர்
மிகத் தித்திப்பாக இருந்தது. இன்று மாலை பணிமுடிந்து
வியர்வையுடன் என் கிராமம் திரும்பினேன். ஆலமரத்தின்
                                படிக்
கட்டில் சலனமற்ற குளத்தினுள் கற்களை ஒவ்வொன்றாக
வீசினேன். ஒரு கல், ஒரு ப்ளக், இரண்டாவது கல் ப்ளக்
ப்ளக், மூன்றாவது கல்லில் ப்ளக், ப்ளக், ப்ளக், ப்ளக்.
                              நான்காவது
ப்ளக் எப்படி? இன்றைய அதிகாலை மிகச் சரியான
                          நேரத்தில்
பிறக்கவில்லை. எல்லா ப்ளக் ப்ளக்குகளையும்
குளத்தில் வீசிவிட்டுப் போய்விட்டேன். அடியாழத்தில்
                           மூழ்கிய
குளத்துக் கற்கள் எல்லாம் எழும்பத் தொடங்கி,
தண்ணீரின்
மேற்பரப்பில் பூத்து அலைகின்றன.

●

வெள்ளை ரத்தம்

என் எலும்புகள் நொறுங்குகின்றன. பலத்த சப்தங்களுடன் ஒரு கல் நொறுங்குகிறது, வண்டிச் சக்கரத்தின் கீழாக. என் எலும்புகள் நொறுங்கும் ஓசை என் காதில் விழும்போது, முன் நின்றுகொண்டிருக்கும் கனரக வண்டியின் பின்புறம் விழும் கற்களைக் கற்கள் கட்டி அணைக்கின்றன, இன்னும் விழாதவாறு. ஒரு கல், ஒரு கல், சில கற்கள் இன்னொன்றைக் கட்டி அணைக்கும்போது, என் எலும்புகள் மீண்டும் நொறுங்குகின்றன. கல்லின் எலும்புகள் தார்ச்சாலையில் சுக்கல் சுக்கலாக நொறுங்கிப் பரவும்போது, நகரத்தின் மீது ஒரு வெள்ளை ரத்தம் பரவிப் பரவிப் பரவுகிறது. அது நகரத்தின் கால்களை நனைக்கிறது. அப்போது எல்லோர் எலும்புகளும் நொறுங்கிவிடுகின்றன.
நான், என் ரத்தம்
வெள்ளையாவதைக் கண்டுகொண்டேன்,
எல்லா வெள்ளை ரத்தத்துடன்

●

ராணிதிலக்

ஒரு உருவகம்

நேற்று, பஞ்சமி திதியில், திருவாதிரை நட்சத்திரத்தில்
அக்னிநட்சத்திரதோஷம் தொடங்கிற்று. எவ்வளவு
                                        வெயில்.
அக்னிநட்சத்திரம் பற்றி
வெயிலில் மட்டும் சுற்றி அலையும்
பரதேசியின்
இரு வார்த்தை; ஒரு உருவகம்,
"கொதிக்கும் தேநீர்"

●

ராஜ க்ரீடம்

வானில் மேகங்கள் சிறிதும் அலையவில்லை, விண்
மீன்களும் இரவில் இல்லை. அமிர்தயோகத்தில்
வெயிலைச் சுற்றித் திரிந்த பரதேசி, வேப்பமரத்தின்
கீழாய்க்கிடந்த கல்பலகையில் அமர்ந்தான், நிழலாகி
நின்ற வேப்பமரம், அவன்
தலையில் சூட்டியது சில வேப்பம்பூக்களை,
அவன் தலையில் மின்னுகிறது
வேப்பம்பூவாலான
ராஜ க்ரீடம்.

●

திருவிளக்கீடு

என் வீட்டின் முற்றத்தில்
திருவிளக்கீடு வைத்து வந்துவிட்டேன்.
அகலின் சுடர்கள், வானின் சுடர்களைப்
பார்த்துச் சிரித்துக்கொண்டிருந்தன. என்ன
செய்வது இந்த வேனல் மழையை?
மாலைவேளை வந்துற்றது என்பதால்,
ஒரு மழைத்துளி, ஒரு சுடரை
ஆரத் தழுவி
அணைக்கிறது, அணைகிறது.
திருவிளக்கு
திருபாற்கடலாகிக்கொண்டிருக்க.

நரபலி

புள்ளமங்கை துர்க்கையின் காலடியில்
ஒரு வீரன்
தன் கழுத்தை அறுத்துக்கொண்டிருக்கிறான்
பல நூற்றாண்டுகளாக.
அங்கே சென்று வந்தபின்
மனம் சீராக இல்லை
அவ்வப்போது
என்
கழுத்தைத்
தடவிப் பார்த்துக்கொள்கிறேன்
பெரும் வியர்வைத் துடைத்துக்கொள்கிறேன்.
நல்லவேளை
இன்னும்
என் கைகள் வாளாக மாறவில்லை.

உத்ராயண வெய்யில்

திருமழிசையாழ்வார் வந்து போனபின்,
சார்ங்கனிடம் நான் போனபோது உத்ராயண
வாயில் வேனிலாகக் கிடந்தது, மழிசைச்
சொல்லில் தவறாத சார்ங்கன்
நின்றான் கோலத்தில். உள்ளே யாரும் இல்லை.
கருவறையில் வியர்த்த சார்ங்கனை வெளியே
பணிந்தேன். வெளியே வந்த சார்ங்கன், தேர்முட்டிவரை
வந்து, நின்று, வான்நோக்கிப் பார்த்துத், திரும்பிப் பார்க்கா
மலேயே உள்ளே சென்று கிடந்தான். நான் வெளியே வந்து
பார்க்கையில் நான் மேலெல்லாம்
சிற்சில, சில்சில, சிலசில, சிற் சிற் மழைத்துளிகள்.
சார்ங்கம் என்ற சொல்லில் அம்பு இல்லைபோலும்.

●

பனங் குதக்கைகள்

சிவனின் மூன்று கண்களை யாரோ உண்டுவிட்டார்கள்.
குதக்கையின் முகத்தில் கண்கள் இல்லை.
சின்னஞ்சிறுவன்,
குதக்கைகளைக் கவட்டைக் குச்சியில் செருகி,
பூமி வழக்கமாகச் சுற்றும் திசையில்
வேகமாக ஓட்டிச் சென்றான் பனங்குதக்கை வண்டியை.
சின்னஞ் சிறுசிறார்கள்
அவன்பின்னே ஓடிச் செல்கிறார்கள்.
வெயில் காலம் என்பதால்
கொஞ்சம் பயமாக இருக்கிறது.
அந்திசாயும்போது,
அவன் மறைந்துபோவான் என்பதால்
நான் போகவில்லை. அப்படிப் போயிருந்தால்,
இளவேனில் முடிந்து முதுவேனில் கடந்து, அவன்
கார்காலத்திற்குள் போய்விடுவான். நான் போக
விரும்பவில்லை, கார்காலத்தின் எல்லையைத் தொட
எத்தனித்தவனின் சட்டையைப் பிடித்து
இழுத்து வந்து வழக்கம்போலான
முதுவேனிலுக்குள் விட்டுவிட்டேன்.

கூழாங்கல்லைப் போற்றுவோம்

இந்தக் கூழாங்கல்லைப் பாருங்கள். மணலிற்குள் மூழ்காமல், வெளியே வானை வெறித்துக்கொண்டு, அசையாமல் வெய்யிலைத் தேகமெங்கும் வாங்கிக்கொண்டு, வழவழப்பாகிக்கொண்டிருக்கும் இந்தக் கூழாங்கல்லைச் சற்றே கையில் தாங்கி, மெல்ல வருடங்கள், அதன் மென்மையை உணருங்கள். வெம்மையில் அதன் உடல் கொதிக்கிறது. அதன் தேகத்தைச் சாந்தப்படுத்துங்கள். போதாது இந்த வாழ்க்கை. கடவுளிடம் மன்றாடுங்கள் சகிப்புமிக்க ஒரு கூழாங்கல்லாக மாறவேண்டுமென்று. ஒரு கூழாங்கல்லில் அமையும் சின்னஞ்சிறு புன்னகையாக இருக்கவேண்டுமென்று.

●

பெரிது

இந்த நகரம் மிகச் சிறியது. அதனினும் சிறியது
என் தெரு. அதனினும் சிறியது என் வீடு. சின்னஞ்
சிறு முற்றத்தில், நான் வைத்த சின்னஞ்சிறு
பாத்திரத்தில் தண்ணீர் கொதிக்கிறது வெயில்தாங்காமல்.
பறந்து, அடங்கி, ஊர்ந்து, நடந்து வந்த சில குருவிகள்,
சில அணில்கள், சில நாய்கள், பல காகங்கள் தம்
வாயை நனைத்து நனைத்து அருந்துகின்றன.
வாய்கள் வளர வளர, பாத்திரம் வளர, வளர,
தெரு வளர்கிறது, நகரம் வளர்கிறது. எங்கும்
ஒரே நெரிசல். ஒரே சப்தம். யானைகள் பின்தொடர,
முயல்களும் சிங்கங்களும் கரடிகளும்
பாத்திரம் நோக்கி வந்துகொண்டிருக்கின்றன.
என் பாத்திரம் இப்பாரைவிடப் பெரிது, திரு
நாவுக்கான திருத்தண்ணீர்த்
துளியைப்
போலே.

●

பின்னே

பின்னே? என்ன செய்ய, இந்த அடாத வெய்யிலை
வைத்துக்கொண்டு? இடை, இடையே சில
நிமிட நிமிட மழைத்துளிகள் பெய்யும்போது
ஒரு, இரு கணம் மகிழ்கிறோம், மழைமட்டுமே
பெய்யவென்று. பெய்யுங்கால் ஓரிரு கணத்தில்
அதை வெறுத்துக் குளிர்மனம் தாங்காமல்
வேண்டுகிறோம் அடாத மழைக்கு எதிரான வெய்யிலை.
ஓரிரு மழைத் துளிகள் பின்னே
ஒளிந்திருக்கும் வெய்யில்துளிகள் வந்துற்றபின்
பின்னே? என் செய்ய, இந்த அடாத மழையை
வைது
கொண்டு?

●

ஊர்சுற்றி

மலைப்பாறைகள்
வெய்யிலைத் திருப்பிப் பிரதிபலிக்கின்றன
கண்ணாடிகளைப்போல் நகரம்மேல் தெளிவாக.
மஞ்சள் வெய்யிலில் மூழ்கிய நகரத்தில் தும்பிகள்
குறுக்குமறுக்காகப் பறப்பது யங்ஙனம்? ஒரு
மதிய வேளை ஊர்சுற்றிப் போல் அலைபவனுக்குப்
போட்டியாக. ஆனால் அவன் வெய்யிலிலிருந்து
பிரித்தெடுக்கிறான்,
வெம்மையை, மஞ்சளை, அடர்ந்த மௌனத்தை.
பிறகு அவனுக்கென்று
பெய்யும் மழை அவனுக்கானதாக இல்லை

●

திரு ஓடு

என் உடலைத் திருவோடாக்கினேன் வேனலுக்காக.
அவரவர்தம்
வியர்வைக்குருக்கள், வேனல்கட்டிகள், சீழ்கள், அரிப்புகள்
புண்கள், சொறி சிரங்குகள் மற்றும் தேமல்கள்
உடன்
வந்து நிறைந்தன வேப்பமிலைகள், கூழ்கள்.
ஆனால்
இன்னும்
நிரம்பவே இல்லை.

●

இரண்டு பூர்விகங்கள்

என் பூர்விகத்தில் இப்போது மழை இல்லை.
நான் வாழும் இப்பிரதேசத்தில் வெய்யில் இல்லை.
நான் இடமாற்றுகிறேன்
மழைக்காக ஏங்கி ஏங்கி வளரும் மலைகளை
இந்த வாழுமிடத்தில்.
வெயிலுக்காகப் பரவிப் பரவும் சமவெளிகளை
என் பிரதேசத்தில்.
ஆனாலும்
என் பிரதேசத்தில் வெயில் மட்டும்தான் பெய்கிறது.
இந்தப் பிரதேசத்தில் மழை மட்டும்தான் பெய்கிறது

●

வேனல் மலர்கள்

இந்தச் சாலை அவ்வளவு கொதிக்கிறது யாரும் இல்லாமல் ஒரு கானல் நீர் அவ்வளவாகக் கொதிக்கிறது அருந்தும் வாயற்று
ஆட்டுக்குட்டி ஒன்று கானல் நீரைச் சென்று அடைகிறது, கற்பனைதான் என்றாலும் அது அருந்துகிறது, அதன் முதுகின் மேல் கொன்றை மரம், மஞ்சள் மலர்களைப் பெய்கிறது.

●

வேனல் வரிகள்

ஒரே ஒரு நீண்ட வரியை எழுதி முடித்துவிடுகிறது வேனல்.
வெப்பம் ஒரு வார்த்தையாக, வியர்வைத்துளி இன்னொரு
வார்த்தையாக,
காற்றின்மை மற்றொன்றாக, நெளியும் பாம்பு
மற்றொன்றாக,
நாம் வாசிக்கிறோம் இவ்வரியை, வார்த்தைகளை அல்லும்
பகலுமாக.
இரவில் வெப்பத்துடன் நாம் உறங்கும்போது
நம் உடல் ஒரு வேனல் வரி.

●

ராணிதிலக்

வேனல் விரல்கள்

கறுத்த பாம்பைப் போல் நீள்கிறது சாலை.
மத்திய வேளையில் யாருமற்ற சாலையில் மின்னுகிறது
ஒரு கானல்நதி. என் வயோதிகக் கைகளில் மலர்கின்றன
கொன்றை மலர்கள், அதற்குப் பரிசாக வழங்க.
என் பால்யத்தின் கைகள்
எனக்கு முன்பாகச் சென்று கப்பல் விட்டுவிட்டது.
அசைந்தாடும் கானல்நீரில், அசைந்தாடும் பால்ய கப்பலில்
அசைந்து அசைந்து அழைக்கின்றன கொன்றை மலர்கள்.

●

ப்ளக் ப்ளக் ப்ளக்

வேனல் துளிகள்

காத காத காத காத தூரத்தில் ஒரு நாய்
தாகத்தில் தவிக்கிறது. அதன் நாக்கு நீரின்மையால்
தளர்ந்தாடுகிறது. மிக மிக
காத காத காத காத தூரத்தில் என் கைகள்.
என் அருகில் அலைந்து திரியும் சின்னஞ்சிறு
ஓடையில் சலசலக்கும் நீரை அள்ளி அள்ளி வீசுகிறேன்.
காத காத காத தொலைவிலுள்ள நாக்கை நோக்கிச்
சென்றுகொண்டிருக்கின்றன வேனல் நீரோடையின்
சின் னஞ் சின் னஞ்சிறு துளிகள், துளித் துளியாக.

●

வேனல் புத்தகம்

வேனலில் வாசிப்பது சற்றுச் சிரமமாக இருக்கிறது
வார்த்தைகள் மற்றும் தாள்கள் மிகவும் கடினமாக
இருக்கின்றன.
மேலும் பக்கங்கள் திடீரெனத் தம்மை
மாற்றிக்கொள்கின்றன.
வேனல் புத்தகத்தினை நான் தொடுவதாக இல்லை.
நேற்று அதை வாசித்துவிட்டு வைத்துவிட்டேன்.
இன்றும்
இரவு வரவே இல்லை.

●

செண்பகமாக ஆன கதை

செண்பகங்கள் முற்றத்தில் அசைந்தாடிச் செல்கின்றன.
ஒன்று மற்றொன்றை அணைக்க
சந்தேகமில்லாமல் அவை ஒரு ஜோடிதான்
ஒன்று பின்செல்ல, ஒன்று முன்செல்ல,
ஒன்று முன்செல்ல, ஒன்று பின்செல்ல
வாசற்படியில் அமர்ந்திருக்கும்
அவனுக்கும் அவளுக்கும்
சொல்லமுடியாத வெட்கம் பரவிற்று.
அதன்மேலும் செண்பகங்கள்
கொஞ்சம் மறைவாக விளையாடிவிட்டுத்தான்
கடந்துபோகின்றன. அவர்கள் இருவரும்
வீட்டிற்குள் சென்று கதவைத் தாழிட்டனர்.
பகலில் அவன் பெண் செண்பகமாகவும்
இரவில் அவள் ஆண் செண்பகமாகவும்
மாறிக்கொண்டிருக்கும்
கதை
யாருக்குத் தெரியும்?

●

கிராமத்தான்கள், நகரத்தான்கள்

அந்தக் கிராமத்தில்
அந்தக் கிராமத்தான்கள்
வானத்தை அண்ணாந்து பார்த்தார்கள்
மகிழ்ச்சியில்
மேகங்கள்
வெள்ளையாகி அங்கேயே நின்றன
அந்த நகரத்தில்
அந்த நகரத்தான்கள்
வானத்தை அண்ணாந்து பார்க்கவில்லை
மேகங்கள்
துக்கத்தில்
கறுப்பாகி அங்கிருந்து
வேகவேகமாக நகரத் தொடங்கின.

●

ப்ளக் ப்ளக் ப்ளக்

சிறுவன் உதைத்த பந்து

முன்னொருகாலத்தில்
சிறுவன் ஒருவன்
கால்பந்து மைதானத்திற்கு
வெளியே அமரவைக்கப்பட்டான்
ஏனெனில் அவனுக்குச் சிறியகால்கள்.
பெரிய கால்களுடன்
பெரிய பையன்கள்
விளையாடிக்கொண்டிருந்தனர்,
சட்டென்று
பந்து
மைதானத்திற்கு
வெளியே வந்துவிட்டது.
பந்தை
மைதானத்திற்குள் எட்டி உதைக்கும்படி
சிறிய கால்களை
பெரிய கால்கள் கெஞ்சின
சிறுவன்
கோபத்தில்
எட்டி உதைத்தான்
வானத்தை
நோக்கிப் பறந்த பந்து
அன்றிலிருந்து
பகலில் சூரியனாகவும்
இரவில் நிலாவாகவும்
உருளத்
தொடங்கியது.

●

ராணிதிலக்

முதல் சுள்ளி

முதலாளி அழைத்துவிட்டார், இரண்டு, நான்குமுறை
அண்டங்காக்கை பார்த்துக்கொண்டு இருந்தது. கூடவே
நான்கைந்து மைனாக்கள் முன்னே சென்று
துரத்திக்கொண்டிருந்தன. முதலாளி திரும்ப அழைக்கிறார்
மைனாக்கள் அண்டங்காக்கையைத் துரத்த முயல்கின்றன,
தோற்கின்றன, நான் முதலாளியின் அழைப்பை
ஏற்கவில்லை

ஓரிரு குச்சிகள் போதும், கூடுகட்ட, முதலாளி திரும்பவும்,
நான் மைனாக்களைப் பார்க்கிறேன், அவை அண்டங்
காக்கையைப் பார்த்துச் சத்தமிடுகின்றன. முதலாளி
மீண்டும்

அழைப்பதை ஏற்கவில்லை. இன்று புதிய வியாபாரக்
கூட்டம்.

மைனாக்கள் கூட்டமாகத் திரும்பவும் பார்க்கின்றன,
அண்டங்காக்கை தனியாகத் திரும்பவும் பார்க்கிறது
இன்று நான் செல்லவில்லை எனில், முதலாளி என்னை
வேலையிலிருந்து தூக்கிவிடுவார். பரவாயில்லை..
மைனாக்களின் கூடு கலையக்கூடாது.
அண்டங்காக்கைக்கு என்று ஒரு கூடு தேவை.
முதலாளி திரும்பத் திரும்ப அழைக்கிறார். மைனாக்கள்
தம் கழுத்தைத் திருப்பி என்னைப் பார்க்கின்றன.
அண்டங்காக்கை வெகுநேரமாக என்னையே
பார்த்துக்கொண்டு

இருப்பதைச் சொல்லவே தேவையில்லை. ஒரு வேலை
இல்லாமல் போகப்போகிறது. சுள்ளிகளை
இன்று முழுவதும் சந்தோஷமாகப் பொறுக்க வேண்டும்.
அண்டங் காக்கையோ, மைனாக்களுக்கோ, எவற்றிற்கோ
தேவை எனில் எடுத்துச் செல்லட்டும். முதலாளி
திரும்பத் திரும்ப அழைக்கிறார். எடுத்துப் பேசுகிறேன்.
“ஐயா, இன்று முழுவதும் சுள்ளிகளைப் பொறுக்க
வேண்டும்.

வர இயலாது, மன்னிக்கவும்.” முதலாளி வைத்துவிட்டார்.
முதல் சுள்ளி கண்ணில் பட்டுவிட்டது.

●

தீ புத்தகம்

வேனல் காலத்தில்
புத்தகம் ஒன்று
கிழக்கை முதலாக, மேற்கைக் கடைசியாக
வடக்கை முதலாக, தெற்கைக் கடைசியாக
யாராலும்
வாசிக்க இயலாத
ஒரு முற்றிய நெற்கதிர்போல்
தீயின் தாள்கள்
தனக்குள்
தானாக
எரிந்தபடி, எரிந்தபடி.

●

ராணிதிலக்

கண்பறித்தல்

வெய்யிலில் அதிகம் சுற்றிக்கொண்டிருக்கும்
அவன் தேகம் எங்கும் கொப்புளங்கள்.
அம்மையே
என்றனர் அனைவரும்.
நண்பா!
உன் உடலில் பூத்திருக்கும்
கண்மலர்களை
எப்போது பறிக்க வருவது?

●

ஒரு நாயும், ஒரு பக்கிரியும்

ஒரு நாயும்
ஒரு பக்கிரியும்
குடமுருட்டி ஆற்றில்.
அப்போது நீரில்லை
கொதிக்கும்
மணல்மேல்
ஓடிக்கொண்டிருந்தது கானல்நீர்
அருந்த
அது அவர்களுக்குப் போதுமானதாக இருந்தது.
மூழ்க
அது அவர்களுக்குப் போதுமானதாகப் பாய்ந்தது.
கானல் நீருக்கும்
ஒரு நாயும், ஒரு பக்கிரியும் போதுமானதாக.

●

வெம்மைமேல் நடக்கிறேன்

மத்யான வேளையில்
தகிக்கும் தார்ச் சாலையில் நடக்கிறேன்.
நிழல்தர ஒரு மரம் போதும்,
தாகம்தீர ஒரு மிடறு நீர்போதும்.
ஆனாலும்
நடப்பேன்.
மத்யவேளையில்
வெம்மை மலர்கள்மேல்.
பிறகு
யார்தான் நடப்பது?

●

நாற்காலிகள்

தேநீர்க்கடை மிகச் சிறியது. அவன் அங்கு செல்லும்போது அங்கே யாரும் இல்லை. அப்படி சொல்லவும் முடியாது. தேநீர் தயாரிப்பவர் புழக்கடைக்குச் சென்றுவருவதாகச் சொல்லிவிட்டுச் சென்றுவிட்டார். அவனும் சில நாற்காலிகளும், காலி கண்ணாடிக் கோப்பைகளும் மட்டும் இருந்தன. அவற்றைப் பார்க்கும்போது, யாரோ அமர்ந்திருப்பதுபோலவும், இல்லாததுபோலும் இருந்தது. சில கணங்களில், அவன் நாற்காலி அவனை வைத்துக்கொண்டு, எல்லா நாற்காலிகளையும் கண்காணிப்பதுபோலவும் இருந்தது. திடீரென எங்கிருந்தோ வந்த ஈ, அவனைச் சுற்றிச் சுற்றி வந்து, காலியான கோப்பையின்மீது அமர்ந்துகொண்டது. தேநீரார் இன்னும் வரவில்லை. அவனுக்கு என்னவோ போல் இருந்தது. காலியான கோப்பைக்குள் சிறிது நீரை ஊற்றி நிரப்பிவிட்டு எழுந்து வந்துவிட்டான். நாற்காலிகளையோ, அந்த ஈயையோ அவன் திரும்பிப் பார்க்கவும் இல்லை.

•

புறாக்கள்

அது பின்பனிக் காலம். வழக்கம்போல் அலுவலகத்திற்குச் சென்றுகொண்டிருந்தபோது, சாலையோரத்தில் இருந்த, கும்பேஸ்வரர் தெற்குக் கோபுரத்திலிருந்து புறாக்கள் கூட்டமாகப் பறந்து, சாலைக்கு மேலாக, அவன் தலைக்கு மேலாகப் பறந்துவந்து, மீண்டும் அவை கோபுரத்தை அடைந்துவிட்டன. வண்டியை ஓட்டிக்கொண்டே, சிறிய அலை வந்துசெல்கிறாற்போன்று, புறாக்கள் சென்றுவிட்டதைப் பார்த்தான். சாம்பல்நிறப் புறாக்கள். அவற்றில் எது அவன் என யோசிக்கத் தொடங்கும்போது, அலுவலகத்திற்கு வந்துவிட்டான். தன்னுடைய நாற்காலியில் அமர்ந்தபோது, புறாக்கள் குனுகிக்கொண்டிருக்கும் சப்தம் கேட்டுக்கொண்டே இருந்தது.. அவற்றில் ஒன்று அவனுடையதாக, சப்தமாக இருப்பதைக் கேட்டுக்கொண்டான்.

●

ப்ளக் ப்ளக் ப்ளக்

கண்ணாடி டம்ளர், கண்ணாடி டம்ளர்

ஒரு கண்ணாடி டம்ளர். அதனருகில் ஒரு கண்ணாடி டம்ளர். இரண்டும் மேஜையின் விளிம்பில் அப்போதா, இப்போதா என்று குதிக்கத் தயாராக இருந்தன. ஒரு ஆண், ஒரு பெண். சடாரென்று, ஒன்று கீழே விழுந்து தரையில் சில்சில்லாக உடைந்து சிதறியது. ஒரு டம்ளர் அதைப் பார்த்துத் தானும் விழுந்து, உடைந்து மற்ற சில்லுகளுடன் கலந்துவிட்டது. நான்கு மரணங்களும் அபத்தமானது. ஆனால், இரண்டு கண்ணாடி டம்ளர்கள் கீழே விழ எத்தனிக்கையில், அதைத் தாங்கிப் பிடித்துவிட்டேன். இரு கண்ணாடி டம்ளர்கள், இரண்டு ஜோடிகள். என் உள்ளங்கையில் ஒரே நிழல் அசைகிறது. அதன் இரண்டு வெறுமைகளை என்ன செய்வது என்று யோசித்துக்கொண்டிருக்கிறேன்.

●

சுவடுகள்

கும்பகோணம் நகரத்தில் எத்தனையோ யாத்ரீகர்கள் வருகிறார்கள். வந்து சென்றார்கள். வந்துகொண்டிருக்கிறார்கள். நடந்து நடந்து, பாதங்கள் தேய்ந்ததைவிட, சாலை அதிகம் பாவத்தால் தேய்ந்துவிட்டது. அவர்கள் தம் பாவத்தை சாரங்கபாணி, ராமசாமி, கும்பேஸ்வரரிடம் விட்டுச் செல்கிறார்கள். கடற்கரை மணல் பாதச் சுவடுகளால் அகடு முகடாக ஆனதுபோல், இந்தச் சாலையும் ஆகிவிட்டது. சாலை முழுவதும் பாதச்சுவடுகள். நான் அவற்றிக்கிடையேதான் நடக்கிறேன்; வாழ்கிறேன். இப்பொழுது எல்லா பாவச் சுவடுகளுக்கும் சிறியதும் பெரியதுமான என் கால்கள் மிகக் கச்சிமாகப் பொருந்தித்தான் போகின்றன.

●

ப்ளக் ப்ளக் ப்ளக்

மேகம், அவன்

அவன் நடந்துகொண்டிருந்தான். மத்யவேளை என்பதால் சாலையில் யாரும் இல்லை. கடைகள் நித்திரையில் இருந்தன. வெயில் அதிகமாக இருந்தது. சாலையில், அந்தப் பைத்தியம் அப்படியும் இப்படியுமாக ஊசாலாடிக்கொண்டிருந்தது. வானத்தில் ஒரு மேகம், அந்தப் பைத்தியத்தின் தலைக்குமேல் அப்படியும் இப்படியுமாக, அவனுக்கு நிழல் தந்தவண்ணம் நகர்ந்துகொண்டிருந்தது.

●

கசக்கி எறியப்பட்ட ஒரு குப்பை

யாரோ கசக்கி, உள்ளங்கையில் வைத்து இறுக்கிப் பின்
எறிந்த ஒரு குப்பையான காகித உருண்டை
சாலையின் நடுவில் நிற்கிறது. இது ஆடிமாதம்.
காற்று வெகு வேகமாக வீசும்போது, அது நகர்வதாக
இல்லை.
அது விரிக்கிறது, தன் கை, கால்களை, நரம்புகளை
ஒரு மனிதன்போல், மரம் அசைகிறது. அப்போதும்
மென்காற்றில் அது கொஞ்சமும் நகர்வதாக
இல்லை. நிற்கிறது மிகத் தைரியமாக எதிர்த்து.
காற்று நின்றுவிட்டபின், இனி வீசப்போவதில்லை
என்றானபின், அது நகர்ந்து நகர்ந்து செல்கிறது,
சாலையின் ஓரத்திற்கு.
அதன் அவ்வளவு சந்தோஷத்திற்கு
அருகில் ஒரு குப்பைத்தொட்டி, மேலும்
நாம் கசக்கி, எறிந்த, அழுக்கான ஒரு மனிதன்
காகிதம்போல், அதைக் கையில் ஏந்தியபடி.

•

ப்ளக் ப்ளக் ப்ளக்

சரளைக்கல்லின் சிரிப்பு

சுவரோரம். சரளைக்கற்களின் குவியல். சிறுவர்கள்
ஏறி, இறங்கி, சறுக்கி விளையாடுகின்றனர்.
தன் பின்புறம் எரிய,
அச் சரளைக்கற்கள் சரிகின்றன.
சாலையின் மையத்திற்கு
சிறுவர்கள் எறிகின்றனர்
ஒரு
சரளைக்கல்
மீது
இன்னொரு சரளைக்கல்லை.
ஒரு கல் தனித்திருந்து பார்க்கிறது, குவியலை.
அதற்கு எல்லாப் பக்கமும் கண்கள்.
அது ஏங்குகிறது, சில விரலுக்காக, சில சரளைக்
கற்களுக்காக. பின், ஒரு சிறுவன்
அந்தக் கல்லை எடுத்து,
குவியலில் இட,
அந்த நண்பகல்
வெயிலில்
சரளைக் கல்லின் முகம் முழுவதும்
ஒரே
மஞ்சள் சிரிப்பு
எல்லா சரளைக்கற்களும்
அணைக்கின்றன
கரடுமுரடான, கூரான அன்பால்.

தனியன் மொழி

ஞாயிறு. மத்யவேளை.
கடைகள், தெருக்கள், நகரங்கள், மனிதர்கள்
உறங்குகின்றனர். ஒரு மிதிவண்டி சப்தமும் இல்லை.
கோபுரத்தின்மீது மோதாமல்,
பறவைகளின் சிறகில் வெட்டப்படாமல்
என்னையே
நான் காற்றில் உருமாற்றிக்கொண்டு
தனித்து மிதக்கிறேன் காற்றில்
தனியன்
ஆக.

●

இந்தச் சாலையில், இந்தத் தெருவில்

இந்தச் சாலை
அகன்று, நீண்டு, தெள்ளத்தெளிவாகச்
நறுமணம் வீசும்படி செல்கிறது.
இந்தத் சாலையில்
குறுகி, குள்ளமாக, அதிகம் குழப்பத்துடன்
வியர்வை நாற்றத்துடன் செல்கிறேன்.
இந்தத் தெரு
குறுகி, ஒடுங்கி, தெளிவற்று
மேடு பள்ளமுமாக
சாக்கடை நாற்றத்துடன் ஒடிந்து செல்கிறது.
இந்தத் தெருவில்
அகன்று, உயர்ந்து, தெளிவாக
நறுமணத்துடன் செல்கிறேன்
சீர்
ஆக.

●

எரியும் சுடர்

அல்குலுக்குக் கீழே
எரிகிறது
அந்தச் சுடர்
வெளிப்படையாக, தெளிவாக,
உக்ரமாக, நீலமாக
மற்றும் அவ்வளவு பச்சையாக
ஒரு
தீக்குச்சி இல்லாமல்
மெழுவர்த்தி இல்லாமல்
ஒரு
கடப்பாரை இல்லாமல்.
மேலும்
அது
எரிகிறது
செக்கச்சிவந்த தண்ணீருக்குள்
அவ்வளவு
வலியுடன்

●

தாள் திறவா கதவம்

நான் ஒரு கூரை இல்லை
நான் ஒரு சுவரும் இல்லை
நான் ஒரு
தாள் திறவா கதவம் மட்டுமே
நான்
என்னைத் திறக்க விரும்பும்போது
யாரோ மூடுகிறார்கள்
என்னை
நான் மூட நினைக்கும்போது
யாரோ என்னைத் திறக்கிறார்கள்
காற்றில்
அசையும் இலைபோல் காத்திருக்கிறேன்.
ஒரு ரோகமுள்ள கை
என்னைத் திறந்து மூடும் என்று
அதோ
அந்த கை
அப்பாலுக்கு அப்பால் சென்றுகொண்டே.
எனில்
நான்
கதவமும் இல்லை
போல்.

•

தோற்றப்பிழை

தெற்கே
அரசலாற்றின்
ஆற்றில் இப்பொழுது வெள்ளம் கரைபுரண்டு ஓடுகிறது.
வடக்கே
குடமுருட்டி ஆற்றில் மேல்
ஒரு மீன் துள்ளிக் குதிக்கிறது.
அதற்கு வெகுதொலைவில்
மேற்கே
காவேரியின் மீது ஒரு மீன்கொத்தி பறக்கிறது.
எங்கோ
பெயர் தெரியாத
ஆற்றில் வெள்ளம் கரைபுரள்கிறது.
அதன்மேல் துள்ளிக் குதிக்கிறது ஒரு வாளை
அதனைக் கொத்திக் கவ்விப் பறக்கிறது
ஒரு
பெயர் தெரியாத ஆற்றின் மீன்கொத்தி.

●

மாயச் சொல்

நான் இப்போது வைத்திருக்கும்,
உங்கள் புத்தகத்தில், பதினேழாம் பக்கத்தில்,
நாற்பதாவது வரியில், சும்மாகவே இருக்கும்
அந்த ஏழாவது சொல்லை வாசித்துவிட்டேன்.
இப்போது
நான் ஒரு மேகம் அல்லது மழைத்துளி
அல்லது அருவி அல்லது நதி
அல்லது
நான்
ஒரு உப்பு என உருமாறிவிட்டேன்.
ஆனாலும்
அந்தச் சொல்
எப்போதும்போல்
மர்மமாகவே இருக்கிறது.

●

சிறிய சின்னஞ் வீடு

எங்களுக்கு என்று
ஒரு சிறிய சின்னஞ் வீடு
அதற்கு
ஆயிரம் கதவுகள்
ஒரே யொரு ஜன்னல்
அதில்
அமர்ந்துதான்
வருவோரையும்
போவோரையும்
பார்த்துக்
கொண்டிருக்கிறாள் அம்மா.
ஆனால்
அவள் இப்போது
உயிருடன் இல்லை என்
கிறார்கள்
பார்க்காதவர்கள்.

●

ப்ளக் ப்ளக் ப்ளக்

சாளேஸரம்

வயது நாற்பது கடந்துவிட்டது.
வாசிப்பது
ஏறக்குறைய வலமிருந்து
இடமாகிவிட்டது. கண்ணாடி
உடைந்து வாசிக்கையில்
தாள் ஒரு மங்கலான மணலாகிவிட்டது.
எழுத்துகள்
வரிசையாக
ஒட்டகம்போல் சென்றுகொண்டிருக்கையில்
அந்தியும் வந்துவிட்டது.

●

ஆடிப்பெருக்கு

ஆலம்பழங்கள் விழுந்துகொண்டிருக்கும்
குடமுருட்டிப் படித்துறையில் அமர்ந்துகொண்டிருந்தேன்.
இன்று ஆடிப்பெருக்கல்லவா!
படித்துறையை
ஒட்டி
ஓடும் எழுத்துக்காரத் தெருவிலிருந்து
அநேகர் வந்தனர் கரைக்கு.
ஒவ்வொரு பூவையும் மிதக்கவிட்டு
ஒவ்வொரு ஓலைச் சுவடியும் மிதக்கவிட்டனர்.
சுவடிகள் நிறைந்து ஓடும்
ஆற்றின்மேல்
நான் நீந்தலானேன்.
மிதக்கும் ஓலைச்சுவடிக்கு
மிதக்கும் ஓலைச்சுவடியாக.

●

நற்றிணை 210
(தலைவியின் ஆற்றாமை)

டிராக்டர்கள் உழுதுசென்றபின்
நடவு எந்திரம் நாற்றுகளை நட்டுவிட்டுப்போனது.
டீசல் எஞ்சின் ஓட, பம்ப் செட்டில் நீர் நிறைந்தது.
அதன் சப்தம் என் நெஞ்சை அபாராமாக்குகிறது.
கிளிகளின் பேச்சு வேறு.
அவர்
இப்போது
டிராம்களில், மிதக்கும் ரயில்களில், பாதாள ரயில்களில்
செல்பவராய் இருக்கலாம்.

இருக்கட்டும்.

சாபம் எங்கே?

திருக்கண்டியூர்
ஹரசாபவிமோசனப் பெருமாள் எங்கே?
பிரகாரத் தூண்கள் எங்கே?
கூரையில் இருந்த கல்சங்கிலிகள் எங்கே?
அவை உடைந்து பறந்த சப்தங்கள் எங்கே?
அதைத் தாங்கிப்பிடித்த கிளிகள் எங்கே?

❍
(அதோ
இரண்டு
கல்
கிளிகள்
மேகங்களுக்குப் பின்னால்
மறைந்தபடி
பேசிக்கொண்டு
அந்த
ரங்கத்திற்காக.)

●

பளக் பளக் பளக்

தளம் 7, மனை எண் 28

வரவேற்பறையின் மையத்தில்
மின்விசிறிக்குப்
பதிலாக நெற்கதிர்கள் தொங்குகின்றன.
ஓரிரு வருடங்களுக்கு முன்பாக
கிராமத்தைத் தொலைத்த தாத்தாதான்
இதற்குக் காரணம். தந்தையோ,
கிராமத்தையும் நகரத்தையும்
சிறிய ஆற்றில்
ஒரு படகைக்கொண்டு இணைத்தார்.
அதில் ஏறி வந்துசேர்ந்த
தாத்தா
சில நாட்களாக
ஆளுயர நிலைக்கண்ணாடியில்
நெற்கதிர்கள் முற்றி அசைவதாகச்
சொன்னார். ஆம் என்றாள் அம்மா.
எட்டிப் பார்க்கையில் ஏதுமில்லை.
சில நாட்களுக்குப்பின்
யாரோ அறுவடை செய்கிறார்கள்
என்றார், ஆம் என்றாள்
கண்ணாடிக்குள் யாரும் இல்லை
இன்று காலை
எழுந்தவர்
வாழைமரம் குலை தள்ளியிருக்கிறது
என்றார். ஆம் என்றோம் பொய்யாக.
எட்டிப் பார்க்கையில்
நிஜமாகவே
கண்ணாடியைப் பிளந்துகொண்டு
வாழைமரம் ஒன்று
வெளியே குலை தள்ளி அசைகிறது.
அது பூவன்.
●

கடம்பர்கள்

நேற்று
கடம்ப வனவாசினியைப் பார்த்து அமர்ந்தேன்
அவள் சாய்ந்திருந்த
கடம்ப மரத்தில்
உருண்டு திரண்டு
கொத்துக்கொத்தாக
மலர்ந்த
வெள்ளைநிறப் பூக்கள் என் சக கவிகள்.
வா... வா... என்று அழைத்தனர்.
வந்தேன் என்றேன்
நானும்
இப்போது
ஒரு வெள்ளைக் கடம்பன்
எங்களை
வரியன்கள் தின்னத் தொடங்கின.

●

கடலங்குடி சாலை

கடலங்குடி சாலை
மிகப் பரந்து, பிரிந்து, அகன்றது.
எந்திரங்கள் வேகமாகச்
சென்று திரும்பும்
இச்சாலையில் ஓரத்தில்
தூங்குமூஞ்சி மரம்
ஒன்று வயோகத்தில் பட்டுக்கிடந்தது.
நேற்றுதான்
சாலையோடு சாலையாக
வெட்டி அறுத்துக்கொண்டு சென்றனர்.
இன்று அப்படி இல்லை
அது
இருந்த இடத்தில் நின்றேன்.
அங்கே
அதன் நிழல், அதே குளிர்ச்சி.

●

அணையா விளக்கு

இரவு. நீண்ட சாலையில், இரண்டு புறங்களிலும் மின்விளக்குகள் பல்வரிசைபோல் ஒரே சீராக எரிந்துகொண்டிருந்தன. அதில் ஒன்று எரியவில்லை. அவன் அதன் அருகில் வெகுநேரம் நின்றுகொண்டே இருக்கிறான்.

●

ப்ளக் ப்ளக் ப்ளக்

ப்ளாஷ்பேக்

கடலுக்குள் மீன் பின்பக்கமாக நீந்துகிறது.
ஆழத்திற்குள் வந்த தூண்டில் பின்னே மேலறுகிறது
என் கையிலிருந்து தூண்டில் படகின் முனையில் வீழ்கிறது
படகு கரையை நோக்கிப் பின்பக்கமாகச் செல்கிறது.
கரையைப் பின்பக்கமாகவே அடைகிறது.
நான் படகிலிருந்து பின்பக்கமாகக்
கீழே இறங்கிப் பின்பக்கமாகவே நடக்கிறேன்.
என் குடிசையின் கதவு
பின்பக்கமாகவே திறக்கிறது.
பாய் தானாகவே தரையில் விரிகிறது
நான் பின்பக்கமாகவே படுக்கிறேன்.
நான்
காண்கிறேன்
பின்பக்கத்தில்
கிழக்கில்
எனக்கான
சூரியன்
மெல்ல மூழ்குவதை.

●

பரந்து விரிந்த குடை

இந்த நகரத்தின்மேல் ஒரு மேகம்
தன்னந்
தனியாக ஒரு மனிதன் நகரச்சாலையில்
வயோதிகம் மற்றும் பைத்தியத்தின்
உச்சத்தில் குப்பைகளைச் சேகரிக்கிறான்
உச்சி வெய்யில் நன்றாகக் கொதிக்கிறது.
என்றாலும்
அவன் எங்கு சென்றாலும்
அவன் தலையின்மேல் விழுந்தபடி
செல்கிறது
ஒற்றை மேகத்தின்
ஒற்றை நிழல்
அவ்வளவு பரந்து, விரிந்த குடையாக
அவ்வளவு குளிர்ச்சியாக
அன்பின் தழுவலாக.

●

ப்ளக் ப்ளக் ப்ளக்

4